അതിരുകളില്ലായിരുന്നെങ്കിൽ

athirukalillathayirunnenkil
poems

•

unni picasso

•

first edition
may 2018

•

typesetting & published
chintha publishers, thiruvananthapuram

•

cover
ambish

വിതരണം

ദേശാഭിമാനി ബുക്ക് ഹൗസ്

H O തിരുവനന്തപുരം-695 035
phone: 0471-2303026, 6063026
www.chinthapublishers.com
chinthapublishers@gmail.com

ബ്രാഞ്ചുകൾ

ഹെഡ്ഡാഫീസ് ബ്രാഞ്ച് കുന്നുകുഴി • സ്റ്റാച്യു തിരുവനന്തപുരം • കെ എസ് ആർ ടി സി ബസ് സ്റ്റേഷൻ ആലപ്പുഴ • കെ എസ് ആർ ടി സി ബസ് സ്റ്റേഷൻ എറണാകുളം • മച്ചിങ്ങൽ ലെയ്ൻ തൃശൂർ • ഐ ജി റോഡ് കോഴിക്കോട് • മാവൂർ റോഡ് കോഴിക്കോട് • എൻ ജി ഒ യൂണിയൻ ബിൽഡിങ് കണ്ണൂർ • സെൻട്രൽ ബസ് ടെർമിനൽ കോംപ്ലക്സ് താവക്കര കണ്ണൂർ

CO - 2694 / 4670
ISBN - 978-93-87842-41-0

അതിരുകളില്ലായിരുന്നെങ്കിൽ

(കവിതകൾ)

ഉണ്ണി പിക്കാസോ

ചിന്ത പബ്ലിഷേഴ്സ്
തിരുവനന്തപുരം-695 035

ഉണ്ണി പിക്കാസോ

1970 ഏപ്രിൽ 18 ന് ജനനം. സ്കൂൾ വിദ്യാഭ്യാസം എറിയാട് കെ വി എച്ച് സ്കൂളിൽ. തുടർന്ന് മാല്യങ്കര എസ് എൻ എം കോളേജിൽ പ്രീഡിഗ്രി വിദ്യാഭ്യാസം. സാമ്പത്തിക പശ്ചാത്തലം തുടർ വിദ്യാഭ്യാസത്തെ തടസ്സപ്പെടുത്തി.

ചിത്രകല, പരസ്യകല ഉപജീവനത്തിനായി തെരഞ്ഞെടുത്തു. കാൽനൂറ്റാണ്ടായി രംഗത്ത് തുടരുന്നു. ഗ്രാഫിക് ഡിസൈനറാണ്. പരസ്യ കലാകാരന്മാരുടെ സംഘടനയായ 'കല'യുടെ ഏരിയ പ്രസിഡന്റും, സംസ്ഥാന കമ്മിറ്റി എക്സിക്യൂട്ടീവ് അംഗവുമാണ്. പുരോഗമന കലാസാഹിത്യ പ്രസ്ഥാനങ്ങളിൽ മേഖലാതലത്തിൽ പ്രവർത്തിച്ചു വരുന്നു. താലൂക്ക് ലൈബ്രറി കൗൺസിൽ അംഗം, ലൈബ്രറി എറിയാട് പഞ്ചായത്ത് നേതൃസമിതി കൺവീനറായും ഇ എം എസ് സ്മാരക വായനശാല സെക്രട്ടറിയായും പ്രവർത്തിച്ചു വരുന്നു. എൻഡോസൾഫാൻ, അട്ടപ്പാടി ശിശുഹത്യ തുടങ്ങിയ ഒട്ടേറെ പ്രശ്നങ്ങളിൽ ഒരു ആക്ടിവിസ്റ്റായി പ്രവർത്തിക്കുന്നു.

കൃതികൾ: *പുഴത്താലം*

വിലാസം : ശ്രാവണം
കൊടുങ്ങല്ലൂർ-680666
ഫോൺ : 9745399839
e-mail : picassoartskdr@gmail.com

ഉള്ളടക്കം

മുഖമൊഴി

മനുഷ്യൻ കാണുന്നതെല്ലാം കാണുന്നുണ്ടോ? കാഴ്ചയിൽ തെരഞ്ഞെടുപ്പ് നടത്തുകയല്ലേ? കണ്ടിട്ടും കാണാതെ തങ്ങൾക്ക് വേണ്ടത് മാത്രം കാണുന്നു. അത് ചിന്തയിലും ഇച്ഛയിലുമെല്ലാം നിശ്ശബ്ദ വിപ്ലവങ്ങളെ (അക്ഷരങ്ങളെ) പോലും ഭയക്കുന്നു. തങ്ങൾക്കനുകൂലമല്ലാത്തവയെ അസഹിഷ്ണുതയോടെ കാണുന്നു. ശബ്ദങ്ങളെ നിശ്ശബ്ദമാക്കിയതുകൊണ്ട് ശബ്ദങ്ങൾ ഇല്ലാതാവുമെന്ന് വൃഥാ കരുതുന്നു.

മണ്ണിനും മനസ്സിനും പ്രപഞ്ചത്തിനുംവേണ്ടി കാവല്ക്കാരാകേണ്ടതുണ്ട് നമുക്ക്. മാത്രമല്ല, നാമെല്ലാം മനുഷ്യരെങ്കിലും, യഥാർത്ഥ മനുഷ്യനെ നമ്മിൽനിന്നുതന്നെ കടഞ്ഞെടുക്കേണ്ടതുണ്ട്. അതിരുകളില്ലാത്ത, യുദ്ധങ്ങളില്ലാത്ത മാനവികതയിലേക്ക് വളരേണ്ടതുണ്ട്.

കവിതയിലെ നെല്ലും പതിരും തരംതിരിക്കുവാൻ വായനക്കാർക്ക് വിടട്ടെ. ആദ്യസമാഹാരത്തിലെ ഇരുപത്തിമൂന്ന് കവിതകൾക്ക് അവതാരികയെഴുതിയ കവി ഏങ്ങണ്ടിയൂർ ചന്ദ്രശേഖരൻമാഷിന് നന്ദി. രണ്ടാം സമാഹാരത്തിൽ അമ്പത്തൊന്നായി പടർന്ന കവിതകൾക്ക് അവതാരികയെഴുതിയ കവി പൂയപ്പിള്ളി തങ്കപ്പൻമാഷിനും, ജ്യേഷ്ഠ സുഹൃത്തായ കവി ബക്കർ മേത്തലയ്ക്കും നന്ദി.

അവാർഡ് തന്ന ജെ സി ഐ ഇന്റർനാഷണലിനും ആദ്യാക്ഷരം കുറിച്ച ബി ബി യു പി എസ് സ്കൂൾ അടക്കം നിരവധി സ്കൂളുകളുടെയും സംഘടനകളുടെയും ആദരവ് ലഭിച്ചിട്ടുണ്ട്. അവർക്കെല്ലാവർക്കും ഹൃദ്യമായ നന്ദി.

ഉണ്ണി പിക്കാസോ

കൊടുങ്ങല്ലൂർ

“നന്മയാണെന്റെ മതവും ദൈവവും ”
മാധ്യമപ്രവർത്തകയും
എഴുത്തുകാരിയുമായിരുന്ന
ഗൗരിലങ്കേഷിന്
സമർപ്പിക്കുന്നു

മണ്ണിൽകോറിയിട്ട ചിത്രങ്ങൾ

ഏങ്ങണ്ടിയൂർ ചന്ദ്രശേഖരൻ

ഉണ്ണി പിക്കാസോ ചിത്രമെഴുതുകയാണ്. നിറങ്ങൾ ചാലിക്കാതെ, ഉള്ളിലൊതുങ്ങാത്ത നൊമ്പരങ്ങൾ ജനിച്ച മണ്ണിൽ വിരൽകൊണ്ട് കുറിച്ചിടുന്ന ആത്മാർപ്പണം. അതുതന്നെയാണ് ഈ കവിതാസമാഹാരത്തിന്റെ ഉൾക്കരുത്ത്.

നാടുണർത്തിയ കിളിപ്പാട്ടിന് കാതോർത്ത് ഒറ്റയടിപ്പാതയിൽ കറ്റയേന്തിപോകുന്ന പെൺരൂപം. ചിത്രം മാത്രമാണെന്നറിഞ്ഞ് അറ്റുപോയ സൗഹൃദങ്ങളും പച്ചത്തഴപ്പുകളും കുളിർകാറ്റും തിരിച്ചു വരില്ലെന്നറിഞ്ഞ് ഓരോന്നായി ഓർത്തെടുത്ത് പൊയ്പ്പോയ കാലങ്ങളിലേക്ക് തിരിച്ചു നടക്കാൻ വൃഥാ ശ്രമം നടത്തുകയാണീ കവി. എല്ലാമറിഞ്ഞിട്ടും നിസ്സഹായനായി, എന്നിട്ടും മനുഷ്യപ്പറ്റോടെ ഒരുപാട് നന്മകളോടെ.

ചിത്രകലയുമായി സാദൃശ്യമുള്ളതാണ് ഈ സമാഹാരത്തിലെ കവിതകൾ, 'അസ്തമയം' എന്ന കവിത അവസാനിക്കുന്നത് ഇങ്ങനെയാണ്.

ഒറ്റയാൾപ്പട നയിക്കാൻ
പുറപ്പാടാണ്!
ഇപ്പോൾ പശ്ചാത്തലം
റോറിച്ചിൽനിന്ന്
വാൻഗോഗിലേക്ക്
വാൻഗോഗിൽനിന്ന്
പിക്കാസോയിലേക്ക്
തീരവും, തിരയും
നീയും ഞാനുമിപ്പോൾ
ഒന്നാണ്.

കവികൾ പൂമഴപോലെ പെയ്തിറങ്ങുകയാണ്. നേരുള്ള കവിമനസ്സിൽ അല്ലെങ്കിൽ സ്നേഹമുള്ള ഹൃദയത്താൽ ഇക്കാലത്തിന്റെ ശബ്ദങ്ങളും വർണ്ണങ്ങളും തിരിച്ചറിഞ്ഞ ഒരാളായി ഈ കവിയെ നമുക്ക് ചേർത്ത് പിടിക്കാം.

ദൃഢപ്രത്യയമായ ദിശാബോധമുണർത്തുന്ന കവിതകൾ

പൂയപ്പിള്ളി തങ്കപ്പൻ

പറയാതെ പറയുക! കവിയുടെ സ്വത്വപ്രകാശനത്തിന്റെ മൃദുവിളംബരമാണ് അത് അന്തർഹിതമാക്കുന്നത്.

ഒരു വശത്തരവയർ
നിറയ്ക്കാൻ
കഴിയാത്തവർ
തെരുവുകൾ
തോറും അലയുമ്പോൾ
മറുവശത്തൊരുകൂട്ടർ
പുതുജീവൻതേടി
അന്യഗ്രഹങ്ങളിൽ
അലയുന്നു.
പുതുദുരന്തത്തിനും പുതുമതേടി പ്രകൃതി
ആർത്തുചിരിക്കുന്നു. (വൈചിത്ര്യം)

നല്ല സ്വപ്നങ്ങൾ വിളയുന്ന മനസ്സുകളുടെ സമൃദ്ധി ആഗ്രഹിക്കുക ഏതു കവിയുടെയും നിസ്സർഗ്ഗഭാവമാണ്. അത് നിഷ്ഫലമാകുമ്പോൾ, അഥവാ സ്വപ്നം കാണുന്ന ലോകവും കൺമുന്നിലെ ലോകവും എതിർദിശകളെ പുൽകുമ്പോൾ കവി മനസ്സിലുണരുന്ന ആഴമുള്ള ദുഃഖം രോഷത്തിനു വഴിമാറുന്നു. ഒമർഖയാമിന്റെ കാമുകനെപ്പോലെ, ഈ ലോകം ഉടച്ചുവാർത്ത് മറ്റൊന്നു സൃഷ്ടിക്കാനുള്ള ശക്തമായ വാഞ്ഛ അപ്പോൾ അവന്റെ മനസ്സിൽ മുളപൊട്ടും. അത് സാദ്ധ്യമാകുമോ എന്ന ആശങ്കയാവില്ല ആ വിധമുള്ള ബോദ്ധ്യത്തിൽ അവനെ ഭരിക്കുക. നിഷേധിക്കപ്പെടുന്ന അവസ്ഥയെ, എങ്ങനെയും നേടിയെടുക്കാനുള്ള ത്വരയെ

ആധാരമാക്കി അവൻ മുന്നോട്ടുപോകും; പ്രയാണം ചെയ്യേണ്ട മാർഗ്ഗമേതെന്ന തിരിച്ചറിവോടെ. ആ തിരിച്ചറിവ്, ഉണ്ണി പിക്കാസോ എന്ന കവി സ്വായത്തമാക്കിയിരിക്കുന്നു എന്നതാണ് മുകളിലുദ്ധരിച്ച വരികൾ വ്യക്തമാക്കുന്നത്. ദുരന്തംപോലും പുതിയ അനുഭവമാക്കിയുള്ള പ്രകൃതിയുടെ ആർത്തുചിരി, ചേരായ്മയുടെ നേർക്കുള്ള പരിഹാസത്തെ വ്യഞ്ജിപ്പിക്കുന്നു; കവി വീക്ഷണത്തിന്റെ ദിശ മനസ്സിലാവുകയും ചെയ്യുന്നു.

മനുഷ്യപാരസ്പര്യത്തെ വിരുദ്ധദിശകളിലേക്കാനയിക്കുന്നതിൽ എന്നും നിർണ്ണായക സ്ഥാനമാണല്ലോ അതിരുകൾക്ക്. മനസ്സിലും പുറത്തും അതിരുകൾ നിർമ്മിക്കാൻ മനുഷ്യൻ ആവേശം കാട്ടുമ്പോൾ, സ്നേഹംപോലുള്ള അനശ്വരമായ മസൃണ വികാരങ്ങൾക്ക് പ്രസക്തി നഷ്ടപ്പെടുന്നു. ചക്രവാളംമാത്രം അതിരുകളിടുന്ന, മാനസിക-മാനവിക ജീവിതവ്യവഹാരം കൊതിക്കുന്ന ഒരു കവിയെ, 'അതിരുകളില്ലായിരുന്നെങ്കിൽ' എന്ന കവിതയിൽ ദർശിക്കാം.

"നിൻ പിറകെ ഓടിയ
ബാല്യകാലത്തിൽ നീ
സ്ത്രീയെപ്പോലെ,
അടുക്കുമ്പോളകന്നും
അകലുമ്പോളടുത്തും
വന്നിരുന്നതെന്തേ?
പുത്തനുടുപ്പിടാം,
പൊന്നോണമായെന്ന്
മുറ്റത്തു നൃത്തമാടി
മൊഴിഞ്ഞതും
മുത്തശ്ശിപൂവട്ടി നെയ്തു-
'മ്മ' തന്നതും
മുക്കൂറ്റിപ്പൂക്കളം
വട്ടത്തിൽ തീർത്തതും
നിൻ ചിറകൊന്നടർത്തി
പറന്നുരസിച്ചതും.
ഒക്കെയും ഒക്കെയും
ഒരു നിശ്ചല ചിത്രത്തിലെന്ന-
പോൽ മിന്നിമറയുന്നുവോ"
(അതിരുകളില്ലായിരുന്നെങ്കിൽ.)

പഴയകാലത്തെ, പകരം വയ്ക്കാനില്ലാത്ത സ്നേഹത്തിന്റെ മാസ്മരികശക്തിയെ ഗൃഹാതുരതയോടെ ഓർത്തുകൊണ്ട് ഇന്നത്തെ കഠിന കാലാവസ്ഥയെ കവി ഇങ്ങനെ കോറിയിടുന്നു.:-

“തങ്ങളിൽ തങ്ങളിൽ
തമ്മിൽ കലഹിച്ച്
കുരുതിപ്പുഴ കണ്ടാനന്ദിക്കുന്നവർ
എണ്ണിയിട്ടെണ്ണം പിഴച്ചുപോകുംവരെ
ഗർത്തങ്ങളിൽ ശവക്കൂന
തീർക്കുന്നവർ
ഇന്നിന്റെ ഈ രൗദ്ര
താണ്ഡവങ്ങളിൽനിന്ന്
തെല്ലൊന്നുമാറി
പതിഞ്ഞിരിക്കാൻ
കണ്ണുണ്ടായിരുന്നിട്ടും
കാണാതെ,
കാതുണ്ടായിരുന്നിട്ടും
കേൾക്കാതെ,
കഴിഞ്ഞ നിൻതപസ്സിലാണെൻ
ഹൃത്ത്.” (അതിരുകളില്ലായിരുന്നെങ്കിൽ)

എതിരാളികളെ സൃഷ്ടിക്കുകയും അവരെ ഇല്ലാതാക്കാൻ ആക്രമണങ്ങൾ അഴിച്ചുവിടുകയും ചെയ്യുന്ന വികലവും ക്രൂരവുമായ താണ്ഡവമാണ് ഇന്നു ചുറ്റും നടക്കുന്നത്. ഈ കാഴ്ചകളിൽനിന്നും പലായനം ചെയ്യാതെ, സ്നേഹനിർഭരമായതുകൊണ്ട് വേദനിക്കുന്ന ഹൃത്തുമായി നില്ക്കുന്ന ഒരു കവിയെ ഈ കവിതയിൽ കാണാം; നിസ്സഹായനായിരിക്കുമ്പോഴും അരുതായ്കളെ പൊറുക്കാനാവാത്ത മനസ്സലിവിനുടമയായ കവിയെ.

മനസ്സിനെ സ്പർശിക്കാതെ, ചിറിയകത്തി, ചിരി പ്രകാശിപ്പിക്കുന്ന കാപട്യത്തെ വെളിവാക്കുന്ന, ‘നില്പ്’, മദ്യപാനത്തിന്റെ അധമമായ ഭാവഭേദങ്ങൾ വ്യഞ്ജിപ്പിക്കുന്ന ‘മണവാട്ടി’, പട്ടിണിയും പരിവട്ടവും തകർക്കുന്ന കുടുംബങ്ങളുടെ കഥ അവസാനിച്ചിട്ടില്ലെന്ന് ഓർമ്മിക്കുന്ന ‘ഒഴുക്ക്’, ഗൃഹാതുര ബാല്യസ്മരണകളുണർത്തുന്ന, ‘പഴമ,’ പൊതുവഴിയിൽ കരുണാശൂന്യമായി ഉപേക്ഷിക്കപ്പെടുന്ന വൃദ്ധജീവിതത്തെ ചൂണ്ടുന്ന, ‘നന്മയാണെന്റെ മതവും ദൈവവും’, ജാതിമതഭാഷാവേഷ ദേശവ്യത്യാസമില്ലാതെ ഏവർക്കും ഒരാരാധനാലയം എന്ന സങ്കല്പം ദ്യോതിപ്പിക്കുന്ന, ‘ഭാരതാരാധനാലയം’, ജീവിതത്തെ ഗ്രഹങ്ങളും ഉപഗ്രഹങ്ങളും ഭൂഗുരുത്വവും വേലിയേറ്റവും വേലിയിറക്കവുമുള്ള പ്രപഞ്ചമായി രൂപണം ചെയ്യുന്ന, ‘പ്രപഞ്ചം’, ബാല്യകൗമാരയൗവന വാർദ്ധക്യമില്ലാത്ത മരണത്തെ, വളർച്ച മുരടിച്ച നിശ്ശബ്ദതയോടുപമിക്കുന്ന, ‘മരണം’, വിലപിടിപ്പുള്ള കോഹിനൂറിനേക്കാൾ, മനസ്സ് ഇഷ്ടപ്പെടുന്ന വാക്കാണ് വിലയേറിയ സമ്മാനം എന്ന വിളംബരം ചെയ്യുന്ന, ‘സമ്മാനം’, ചുടുചോരയൊഴുകുമ്പോൾ ചിരിതൂകി നില്ക്കാൻ, ശിലയാലല്ല തന്റെ

സിരകൾ നിർമ്മിച്ചതെന്ന മനുഷ്യത്വത്തെ പ്രഘോഷിക്കുന്ന 'നിണം', മനസ്സിന്റെ നിഗൂഢവും വിഭിന്നവുമായ അവസ്ഥയെ സൂചിപ്പിക്കുന്ന 'മനസ്സ്',- തുടങ്ങിയ കവിതകൾ പുനർവായനയ്ക്ക് നമ്മെ പ്രേരിപ്പിക്കും.

കേരളത്തിന്റെ പച്ചപ്പ് കേരളത്തനിമയുടെ പ്രതീകമാണ്. കിളിയും, പുഴയും, മഞ്ഞും, ഇളംകാറ്റും, ആ ഹരിതാഭയെ സ്വർഗ്ഗീയമായ അനുഭവമായി മാറ്റുന്ന ദൃശ്യം എന്നേക്കുമായി അദൃശ്യമാകുന്ന ദയനീയകഥ കവി ഇങ്ങനെ വിവരിക്കുന്നു:-

"പച്ചപ്പട്ടുടുത്ത
പുഞ്ചപ്പാടത്ത്
വയൽത്തിരയൊഴുകുമ്പോൾ
അക്കരെ,
തൂവെള്ളക്കൊക്കുകൾ
പറന്നുയരുന്ന
കാഴ്ചയും,
ചുവരിൽ ഞാറ്റിയ
ഏതോ കലണ്ടറിൽ
ഒതുങ്ങിയോ?
കൊയ്ത്തു കഴിഞ്ഞ
പാടത്തരിമണി
കൊത്താനെത്തും
പക്ഷിക്കൂട്ടങ്ങളും
ഞാറ്റു പീപ്പിയുണ്ടാക്കാൻ
ഓടിയെത്തുന്ന
കുട്ടിക്കൂട്ടങ്ങളും
ഇന്നിന്റെ കോൺക്രീറ്റ്
സൗധങ്ങൾക്ക്
വഴിമാറിയോ?
'വില്പനയ്ക്ക്'
പരസ്യപ്പലകകളിൽ
ഇടം പിടിക്കുന്നുവോ." (മായുന്ന കാഴ്ചകൾ)

കേരളത്തിന്റെ ഇന്നത്തെ അവസ്ഥയാണിത്. തണ്ണീർത്തടങ്ങളെ, മനുഷ്യനെ ഒരു കാലത്ത് സുഭിക്ഷമായി ഊട്ടിയിരുന്ന, കതിർമണികൾ കാഴ്ചവച്ചിരുന്ന, ഹരിത ശോഭയാർന്ന വയലുകളെ ഊഷരമാക്കി, അവിടെ കോൺക്രീറ്റ് സൗധങ്ങൾ നിർമ്മിക്കുന്ന പുത്തൻതലമുറ അറിയുന്നില്ല, അവരുടെയും ശവപ്പറമ്പാണ് അവർ തീർക്കുന്നതെന്ന്. വർത്തമാന കേരളത്തിന്റെ ഏറെ ഭീതിദമായ ഒരവസ്ഥയിലേക്കാണ് കവിയുടെ വിരൽ ചൂണ്ടപ്പെടുന്നത്.

ധനാർത്തിയിൽ മുങ്ങിയ മനുഷ്യന്റെ നാശോന്മുഖമായ ഒരു കർമ്മരംഗമാണ്, 'മായുന്ന കാഴ്ചകൾ' കാഴ്ചവയ്ക്കുന്നതെങ്കിൽ, അവന്റെ സ്നേഹശൂന്യതയുടെ ക്രൂരമുഖം വ്യക്തമാക്കുന്ന കവിതയാണ്, 'വില്പനയ്ക്ക്', പുറത്തു പ്രദർശിപ്പിച്ച, 'പൊളിച്ച കെട്ടിടത്തിന്റെ ഓട്, കല്ല്, കട്ട്ള മുതലായവ വില്പനയ്ക്ക്' തുടങ്ങിയ പരസ്യവാചകങ്ങൾ കണ്ട് വില ചോദിച്ചെത്തുന്നവരോട്, സ്വകാര്യത്തിൽ, പരസ്യപ്പലകയിൽ എഴുതാത്ത ചിലതുണ്ടെന്നും, അത് വില്പനയ്ക്കല്ലെന്നും, സൗജന്യമായി കൊണ്ടുപോകാം, വളർത്താം, സ്നേഹാലയങ്ങളിലോ മറ്റിടങ്ങളിലോ പാർപ്പിക്കാം; ആ വസ്തു നാല്ക്കാലികൾക്കൊപ്പം തൊഴുത്തിലെ കട്ടിലിൽ കിടപ്പുണ്ട്; മറ്റാരുമല്ല അമ്മയാണ് എന്നും പറയുമ്പോൾ ആധുനിക തലമുറയുടെ കാഴ്ചപ്പാടിൽ, 'അനാവശ്യവസ്തു'വായി മാറ്റപ്പെടുന്ന വൃദ്ധ മാതാപിതാക്കൾ ക്രൂരമായി അവഗണിക്കപ്പെടുന്നതിന്റെ അതിദീനചിത്രം, പരിഹാസം എന്ന കുന്തത്തിന്റെ കൂർത്തമുനയായി നമ്മുടെ നേർക്കുവരുന്നു.

ഉണ്ണിയുടെ കവിതയിലെ മുത്തിന്റെ ശോഭ ചിലപ്പോൾ നമ്മുടെ മനസ്സിന്റെ അന്തരാളത്തിൽപോലും പ്രകാശം ചൊരിയുക മാത്രമല്ല, കവിതയുടെ കളിയാട്ടം അവിടെ ദൃശ്യമാകുകയും ചെയ്യും. ' വെള്ളിമൂക്കൂത്തി' വായിക്കൂ, ഇത് അനുഭവപ്പെടും.

"'കനത്ത ഗ്രീഷ്മത്തിൽ
കത്തും ഭൂമിപ്പെണ്ണേ
പണിതുവച്ചിട്ടുണ്ട്
മഞ്ഞുതുള്ളിയാൽ
തീർത്തൊരു
വെള്ളിമൂക്കുത്തി" (വെള്ളിമൂക്കൂത്തി)

ഭൂമിപ്പെണ്ണിനൊപ്പം നമ്മുടെ മനസ്സും കുളിരണിയുന്ന അനുഭവമേകുന്നു ഈ കവിത.

ഭൂമിയെ പൊതുശ്മശാനമായും, മരിച്ച ദിവസങ്ങളുടെ സംസ്കരിക്കാത്ത ശരീരഭാണ്ഡങ്ങൾ സംസ്കരിക്കപ്പെടുന്ന ഇടമായും സങ്കല്പിക്കുന്ന, 'ശ്മശാനം' എന്ന കവിതയിൽ കവി ഇതുകൂടി കുറിക്കുന്നു:-

"ഇന്നലെയുടെ കലണ്ടറിൽ
തൂങ്ങുന്നുണ്ട്
തടവറയിൽ അകപ്പെട്ടുപോയ
ദിനങ്ങളുടെ ദീനരോദനം" (ശ്മശാനം)

കഴിഞ്ഞുപോയ ദിനങ്ങൾ സമ്മാനിച്ച രോഷവും ദോഷവുമുൾപ്പെടെ ഇന്നവ ഓർമ്മയാകുമ്പോൾ മനുഷ്യന്റെ തത്ത്വചിന്താനിർഭരമായ മന

സ്സിന്റെ ഭാവതലങ്ങളിൽ, അവ നല്കിയ ശിഷ്ടസംഭാവനകളുടെ ചിത്രങ്ങൾ ഒരു വിങ്ങലാണ് ഉളവാക്കുക.

ചെറുതും വലുതുമായ 51 കവിതകളുടെ സമാഹാരമാണിത്. ഉണ്ണി പിക്കാസോ എന്ന കവിയുടെ നിലപാടുതറയും ദർശനദിശയും സമൂഹത്തിനേകുന്ന സന്ദേശവും, ഭാവുകത്വപ്പൊലിമയോടെ ആസ്വദിക്കാൻ തയ്യാറാകുന്ന മനസ്സുകൾക്ക് ഒരു ചൂണ്ടുപലകയായി ഇത്രയും മതി. ഈ ഭാവുകത്വ നിറവിൽ, 'തിരുത്തലിന്റെ, തിരുത്തലിന്റെ, തിരുത്തലിന്റെ, തിരുത്തലിന്റെ തിരുത്തലാണ് 'കവിത' എന്ന പ്രാചീനമെങ്കിലും ഇന്നും സത്യമായി ശോഭിക്കുന്ന ചൊല്ല്, ഓർമ്മപ്പെടുത്തുന്നു

പ്രതിബദ്ധതാസിദ്ധി സഹജമായ ഈ കവി, പൂർണ്ണമായും തുറന്ന തന്റെ മിഴികളിൽ ദർശനീയമാകുന്ന സമകാലിക ജീവിതചിത്രങ്ങൾ, ഒരു ചിത്രകാരനാണെന്നതിനാൽ, ആ നിലയിലും സമ്പുഷ്ടമായ വീക്ഷണത്തോടെ വരഞ്ഞിടുമ്പോൾ ആസ്വാദനത്തിന്റെ ഭിന്നതലങ്ങളായ അസ്വസ്ഥതയും അമ്പരപ്പും നീറ്റലും അനുഭവിക്കുന്ന ഒരവസ്ഥ സംജാതമാകുന്നു; കവിത ഇങ്ങനെ വിജയം വരിക്കുന്നതോടൊപ്പം, ഉറച്ച ദിശാബോധത്താൽ അനുഗൃഹീതനായ കവിയും, നടത്തുന്ന യാത്ര വിജയത്തിലേക്കുതന്നെ എന്നു പറയാനേറെയുണ്ട് സന്തോഷം. ആ സന്തുഷ്ടി നിറഞ്ഞ മനസ്സോടെ ഈ സമാഹാരം സമർപ്പിച്ചുകൊള്ളട്ടെ!

പഠനം

ഒരു കവിയുടെ സത്യാന്വേഷണയാത്രകൾ

ബക്കർ മേത്തല

ഉണ്ണിയുടെ കവിതകൾ പലപ്പോഴും സത്യാന്വേഷണ യാത്രകളാണ്. പ്രപഞ്ചസത്യത്തെ തേടിയുള്ള ഈ യാത്രകൾക്കിടയിൽ താൻ തിരക്കിക്കൊണ്ടിരിക്കുന്ന സത്യത്തെ കണ്ടെത്താൻ കഴിയുന്നുണ്ടോ എന്നത് പ്രസക്തമായ ഒരു ചോദ്യമാണ്. കണ്ടെത്തിയാലും ഇല്ലെങ്കിലും അയാൾ നിരന്തരം അലയുകയും അന്വേഷിക്കുകയും ചെയ്യുന്നുണ്ട് എന്നതാണ് അതിന്റെ ബലതന്ത്രം. കുഴിച്ച് കുഴിച്ച് കുഴിയാന മണ്ണിലൊളിച്ച സത്യം തേടുന്നു എന്നും, കൊത്തികൊത്തി മരം കൊത്തി പൊത്തിലൊളിച്ച സത്യത്തെ തിരയുന്നു എന്നും എഴുതുന്നിടത്ത് കണ്ടെത്തലിനേക്കാൾ തിരയുന്നതാണ് തന്റെ നിയോഗം എന്ന് കവി തിരിച്ചറിയുന്നുണ്ട്. "സത്യത്തെ തിരയുന്നു" എന്ന കവിത പ്രസക്തമാകുന്നത് ഈ തിരിച്ചറിവിലാണ്.

ഉണ്ണി പിക്കാസോ കവിതയെഴുതാൻ വിധിക്കപ്പെട്ടത് ഒരു കലികാലത്താണ്. അതുകൊണ്ടുതന്നെ ഈ കലികാലത്തിന്റെ ആസുരഭാവങ്ങളത്രയും ഉണ്ണിയുടെ കവിതകളിൽ പ്രതിഫലിക്കുന്നുണ്ട്. പ്രകൃതിയോടും പരിസ്ഥിതിയോടുമുള്ള കടന്നാക്രമണങ്ങളിൽ ഈ കവി അസ്വസ്ഥനാണ്. പാതയോരത്താരോ/കളഞ്ഞിട്ട പാഴ്വസ്തുപോലെ വൃദ്ധൻ' നന്മയാണെന്റെ മതവും, ദൈവവും മൂല്യങ്ങളുടെ പുന:സ്ഥാപനത്തിലേക്ക് നടന്നടുക്കുന്നതാണ്. ഏതൊരു കവിയേയും പോലെ. പക്ഷേ, മറ്റുകവികളിൽനിന്ന് ഉണ്ണി വ്യത്യസ്തനാകുന്നത് നന്മയെ തന്റെ മതമായി വിളംബരം ചെയ്തുകൊണ്ട് നന്മയെത്തന്നെ തന്റെ ദൈവവുമായി ജീവിതക്ഷേത്രത്തിൽ പ്രതിഷ്ഠിക്കുമ്പോളാണ്. സ്വന്തം പുത്രനാൽത്തന്നെ തിരസ്കൃതനായ ഒരു പിതൃജന്മമാണ് ഈ വിധം അനാഥമാക്കപ്പെട്ടത് എന്ന തിരിച്ചറിവിലേക്ക് കവി നമ്മെ കൂട്ടിക്കൊണ്ടുപോവുകയാണ്. ജീവിത

ത്തിന്റെ നാല്ക്കവലയിൽ വായനക്കാരനെ കൊണ്ടുനിർത്തിയിട്ട് നിശ്ശബ്ദമായി വിരൽചൂണ്ടുകയാണ് ആരുടെയൊക്കെയോ നെഞ്ചത്തേക്ക്. അത് നമ്മുടെ നെഞ്ചത്തേക്ക് തന്നെ ഒടുവിൽ നീണ്ടുവരുന്നതു നാം കാണുന്നു. ഒരു പേടിയോടെതന്നെ.

ഓരോ പുതിയ കവിതയിലൂടെയും കവി എന്നും ആഗ്രഹിക്കുന്നത് തന്റെ പുനർജ്ജന്മമാണ്. ഉണ്ണി പിക്കാസോയുടെ *അതിരുകളില്ലായിരുന്നെങ്കിൽ* എന്ന സമാഹാരത്തിലെ പല കവിതകളിലൂടെയും കടന്നുപോകുമ്പോൾ ഈ പുനർജ്ജന്മവാഞ്ഛ കൂടുതൽ വെളിപ്പെടുന്നുണ്ട്. പുനർജ്ജന്മം ഒരു വ്യക്തിയിൽ മാത്രം സംഭവിക്കുന്നതല്ല. ഭൂമിയിൽ നിലനില്ക്കുന്ന എല്ലാ നെഗറ്റീവ് ബിംബാവലികളും താനേ തുടച്ചു നീക്കപ്പെടുന്ന ഒരു ദിവസത്തിൽ കവിയും ഒരു ജനതയും ഒപ്പം പുനർജ്ജനിക്കുകയും സംഘഗാനങ്ങൾ ആലപിക്കുകയും ചെയ്യും എന്ന ഒരു പോസിറ്റീവ് കാഴ്ചപ്പാടിന്റെ സ്വാഭാവിക പരിണതിയാണത്. ഈ ജന്മംകൊണ്ട് നേടിയതിന്റെ ഭാരങ്ങളത്രയും കുടഞ്ഞുകളയുമ്പോഴാണ് അടുത്ത ജന്മം പൂപോലെ ഭാരരഹിതമായിത്തീരുക. അതിനുമുമ്പ് അരുതായ്കകളുടെ പടമെല്ലാം പൊഴിച്ച് വിശുദ്ധിയുടെ ആവരണം അണിയണം.

“അറിഞ്ഞുകൊണ്ടാവർത്തിച്ച തെറ്റുകളോട്
പാലിക്കാൻ കഴിയാത്തവാക്കുകളോട്
താലോലിച്ച നിറങ്ങളോട്
വിടപറയണം.”

നേടിയതെന്നു നാം കരുതുന്നത് പലതും നേട്ടമല്ലെന്ന തിരിച്ചറിവ്, ഒരു വെളിപാട് ഉണ്ടാകുമ്പോഴാണ് മനുഷ്യൻ സ്വയം കണ്ടെത്തുന്നത്. ആ സ്വയം കണ്ടെത്തലിന്റെ ഇടുങ്ങിയ ഗുഹകളിലൂടെ കടന്നുപോകാൻ കഴിയുമ്പോൾ മാത്രമാണ്, ഒരാൾക്ക് യഥാർത്ഥത്തിൽ പുനർജ്ജനിക്കാൻ കഴിയുക. ‘പുനർജ്ജന്മം’ എന്ന കവിതയിൽ ഈ കാഴ്ചപ്പാട് ഉണ്ണി പിക്കാസോ മനോഹരമായി ആവിഷ്കരിക്കുന്നുണ്ട്. ഉണ്ണിപിക്കാസോ അടിസ്ഥാനപരമായി ഒരു ചിത്രകാരനാണ്. ചിത്രകാരൻ കവിതയെഴുതുമ്പോൾ അതിന് സൗകുമാര്യം കൂടുതലുണ്ടാവും. ജീവിതത്തിന്റെ സൂക്ഷ്മഭാവങ്ങളെ ചായം ചാലിച്ചെഴുതുന്ന രീതി അക്ഷരങ്ങളെക്കൊണ്ടാവുമ്പോൾ അതിന്റെ തലം വ്യത്യസ്തമാവുന്നുമുണ്ട്. ചിത്രങ്ങൾ മനസ്സിൽ പതിയുന്നതുതന്നെയാണ്. പാടവരമ്പിൽ ഒറ്റയടിപ്പാതയിൽ കറ്റയേന്തിനടക്കുന്ന പെണ്ണിന്റെ ചിത്രം, പുഞ്ചപ്പാടത്തിനുമീതെ പറന്നുയരുന്ന തൂവെള്ള കൊക്കുകളുടെ ചിത്രം, ‘അസ്തമയം’ എന്ന കവിതയിലെ അളവറിയാത്ത ക്യാൻവാസിൽ ചിത്രമെഴുതുന്ന വലിയ ചിത്രകാരന്റെ ചിത്രം എല്ലാം കവിയിലെ ചിത്രകാരനേയും ചിത്രകാരനിലെ കവിയേയും പരസ്പരം പകുത്തെടുക്കുന്നുണ്ട്. ചിത്രകലയും കവിതയും സംഗീതവുമെല്ലാം അടിസ്ഥാനപരമായി മനുഷ്യനെയാണ് സംബോധന

ചെയ്യുന്നത്/ ചെയ്യേണ്ടത് എന്ന തത്ത്വവും സത്യവും കവി പല സന്ദർഭങ്ങളിലും വായനക്കാരനെ ബോദ്ധ്യപ്പെടുത്തുന്നുമുണ്ട്.

തൊടിയിലെ മാവിന്മേൽനിന്ന് രണ്ടു മാങ്ങപറിച്ചുതന്ന്, ബാക്കിയെല്ലാം അവിടെ നിർത്താൻ അമ്മയോട് ആവശ്യപ്പെടുന്ന കുട്ടി ഇനിയും മരിക്കാത്ത നന്മയെക്കുറിച്ചുള്ള പ്രത്യാശയാണ്. ബാക്കി മാങ്ങകൾ കിളികൾക്കും അണ്ണാറക്കണ്ണനുമായി അതിന്മേൽ നിർത്താൻ പറയുമ്പോൾ ഇരുളാർന്ന ദേശങ്ങളിൽ കൊളുത്തപ്പെട്ട ഒരു വിളക്കുപോലെ ആ വാക്കുകൾ പ്രഭചൊരിയുന്നത് നമുക്ക് കാണാം.

ഇതിൽ 'സ്നേഹഭൂമി' എന്നൊരു കവിതയുണ്ട്. അതിന്റെ അടിക്കുറിപ്പ് വായിച്ചപ്പോൾ ഞാൻ ഞെട്ടിപ്പോയി. ചൈനയിലെ ചില റസ്റ്റോറന്റുകളിൽ പൂർണ്ണവളർച്ചയെത്താതെ മരിച്ച കുഞ്ഞുങ്ങളുടെ വിഭവങ്ങൾ ലഭ്യമാണ് എന്നതാണ് അടിക്കുറിപ്പിന്റെ സാരം. നമ്മുടെ നാട്ടിൽ കുഞ്ഞുങ്ങളുടെ മേൽപോലും നടക്കുന്ന ലൈംഗികാക്രമണങ്ങൾക്കെതിരെ രോഷംകൊണ്ട് 'ചാപിള്ള സൂപ്പാൽ യയാതിയാകുന്നോർ' ഭ്രൂണത്തെ സുരതം ചെയ്യാൻ 'മിഴിപാർത്തിരിപ്പവർ' എന്നെഴുതുന്ന സന്ദർഭത്തിലാണ് കവിക്ക് ഈ സത്യം വെളിപ്പെടുത്തേണ്ടിവരുന്നത്. മനുഷ്യനും പ്രകൃതിക്കുംമേലുള്ള എല്ലാവിധ കടന്നാക്രമണങ്ങളോടും ഒരു ചെറുത്തുനില്പ് കവി ആവശ്യപ്പെടുന്നുണ്ട്. ഒരർത്ഥത്തിൽ കവി ആവശ്യപ്പെടേണ്ടതും അത് തന്നെയാണല്ലോ കവിധർമ്മം താൻ ഭംഗിയായി നിർവ്വഹിക്കുന്നു എന്ന് ഉണ്ണിക്ക് ആത്മസംതൃപ്തി കൈക്കൊള്ളാം.

നമ്മുടെ ജീവിതം ഇന്ന് ഒരു കമ്പോളവ്യവസ്ഥയ്ക്ക് വിധേയമാണ്. മനുഷ്യനും പ്രകൃതിയും മൂല്യങ്ങളും കമ്പോളത്തിലെ ചരക്ക് മാത്രമായി മാറിയിരിക്കുന്നു. എല്ലാവിധ ബന്ധങ്ങളും വില്ക്കുന്നവരും വാങ്ങുന്നവരും എന്ന നിലയിൽ മാത്രമായി ചുരുക്കപ്പെട്ടിരിക്കുന്നു. അതുകൊണ്ടാണ് ഉണ്ണിക്ക് 'വില്ക്കാനുള്ളത്' എന്ന പേരിലും, 'വില്പനയ്ക്ക്' എന്ന പേരിലും രണ്ടു കവിതകളെഴുതേണ്ടിവന്നത്. ഒന്നിൽ പൊളിച്ച കെട്ടിടത്തിന്റെ ഓടും കല്ലും കട്ട്ളയുമോടൊപ്പം അമ്മയെത്തന്നെ വില്ക്കാൻ തയ്യാറാവുന്ന അഭിനവ നരനും കുന്നുംപുഴയും കാടും കലയും സംസ്കാരവും വില്ക്കാൻ കച്ചകെട്ടിയിറങ്ങിയിരിക്കുന്ന ആത്മാവ് നഷ്ടപ്പെട്ട നരനും ചേർന്ന് നരകം തീർക്കുന്ന അവസ്ഥാവിശേഷത്തെ വ്യാഖ്യാനിക്കാനാണ് ഉണ്ണി ഈ കവിതകൾ എഴുതിയത്.

മരണത്തെ വളർച്ച മുരടിച്ച നിശ്ശബ്ദതയെന്നും (മരണം) ജീവിതത്തെ പ്രപഞ്ചമെന്നും (പ്രപഞ്ചം) ചിലന്തിവലയെ വിശപ്പിന്റെ ഭൂപടമെന്നും (ചിലന്തിവല) കണ്ടെത്തുന്ന ഉണ്ണി ജീവിതവിജയത്തിന് തന്റെ മധുരം നുണയാൻ ആദ്യം ഏറെ ചവർപ്പുകൾ നുണയണമെന്ന ലോകാനുഭവം 'നെല്ലിക്ക' എന്ന കവിതയിലൂടെ പകുത്തു നല്കുന്നുണ്ട്. ഇവിടെയെല്ലാം പക്വമായ ജീവിത നിരീക്ഷണത്തിൽനിന്നും പറന്നുയരുന്ന

ചിന്താശലഭങ്ങളെയാണ് കാണാൻ കഴിയുക കവിയും ചിത്രകാരനും ഒപ്പം ആക്ടിവിസ്റ്റുമായ ഉണ്ണി പിക്കാസോ അധികൃതരുടെ അനാസ്ഥ കൊണ്ട് ബൈപ്പാസിൽ അപകടങ്ങളുണ്ടാക്കുന്നതിനെതിരെയും ഭാരതപ്പുഴയിലെ മണൽ വാരലിനെതിരെയും കണ്ണുകെട്ടിനിന്ന് സമരം ചെയ്ത ആളാണ്. കവിതയിൽ തുടിക്കുന്ന സമരവീര്യം ജീവിതത്തിലും ത്രസിച്ചു നില്ക്കണമെന്ന് വിശ്വസിക്കുന്ന ഒരു കവി. അതുകൊണ്ടുതന്നെ ഉണ്ണിയുടെ കവിതകളിൽ ആത്മാർത്ഥതയുടെ ഊർജ്ജ പ്രവാഹം നമുക്ക് കാണാം.

അതിരുകളില്ലായിരുന്നെങ്കിൽ...

ഇന്നെൻ ചിത്തത്തിൽ
നിൻ വർണ്ണ ചിറകില്ല
താഴ്ന്നുയരുന്ന നിൻ
താളച്ചുവടില്ല
എന്റെ പൂന്തോപ്പിൻ
നിലനില്പിനല്ല
എൻ മിഴിയിൽ നിൻ
ബിംബം വിസ്മയിക്കുന്നത്
ഏതു തൊടിയിലും
പറന്നുചെല്ലാം
നിനക്കേതു വാടിയിലും
മധു നുകരാം
വർഗ്ഗത്തേപ്പോലും
ഭയക്കേണ്ടതില്ല
നിൻ സ്വച്ഛന്ദ രഥ്യകൾ
അതിരില്ലാ രഥ്യകൾ
നിൻ ചിത്ര പതത്രത്തിൻ
ലയമറിയാൻ
നിൻ പിറകെ ഓടിയ
ബാല്യകാലത്തിൽ നീ
സ്ത്രീയെപ്പോലെ,
അടുക്കുമ്പോളകന്നും-
അകലുമ്പോളടുത്തും

വന്നിരുന്നതെന്തേ?
പുത്തനുടുപ്പിടാം
പൊന്നോണമായെന്ന്
മുറ്റത്തു നീ നൃത്തമാടി
മൊഴിഞ്ഞതും
മുത്തശ്ശി പൂവട്ടി നെയ്തു-
'മ്മ' തന്നതും
മുക്കൂറ്റിപൂക്കളം
വട്ടത്തിൽ തീർത്തതും
നിൻ ചിറകൊന്നടർത്തി
പറന്നു രസിച്ചതും ..
ഒക്കെയും ഒക്കെയും
ഒരു നിശ്ചല ചിത്രത്തിലെന്ന
പോൽ മിന്നി മറയുന്നുവോ?
നിൻ ചിറകിൽ നിന്നകലുന്ന
കാഴ്ചയിൽ
നൂൽ പിടിച്ചതിരുകൾ
വേർതിരിക്കുന്നവർ
തങ്ങളിൽ, തങ്ങളിൽ
തമ്മിൽ കലഹിച്ച്
കുരുതിപ്പുഴ
കണ്ടാനന്ദിക്കുന്നവർ
എണ്ണിയിട്ടെണ്ണം
പിഴച്ചു പോകുംവരെ
ഗർത്തങ്ങളിൽ ശവക്കൂന
തീർക്കുന്നവർ
ഇന്നിന്റെ ഈ രൗദ്ര
താണ്ഡവങ്ങളിൽനിന്ന്
തെല്ലൊന്നു മാറി
പതിഞ്ഞിരിക്കാൻ
കണ്ണുണ്ടായിരുന്നിട്ടും
കാണാതെ,
കാതുണ്ടായിരുന്നിട്ടും
കേൾക്കാതെ, കഴിഞ്ഞ നിൻ
തപസ്യയിലാണെൻ
ഹൃത്ത്

വൈചിത്ര്യം

അസ്തമിക്കാത്ത സൂര്യന്റെ
ഉദയാസ്തമയങ്ങളാൽ
ഭൂമിയൊരു
മാന്ത്രികനാവുന്നു!
അന്ന്[1] ഗോമാംസം
ഭുജിച്ച ബ്രാഹ്മണരിന്ന്
ഗോവധം അതി
പാപമെന്നോതുന്നു!
നെഞ്ചിൽ
നെരിപ്പോടെരിയുന്നവന്റെയും
മടിയിലെ
'ലഞ്ച'[2]ത്തിനായ്
കൈകൾ നീളുന്നു!
ഒരു വശത്തരവയർ
നിറയ്ക്കാൻ
കഴിയാത്തവർ
തെരുവുകൾ
തോറും അലയുമ്പോൾ,
മറുവശത്തൊരുകൂട്ടർ

---

1. ഒരു ദിവസം 2000 പശുക്കളെ കൊന്ന് ബ്രാഹ്മണർക്ക് കശ്യപൻ എന്ന രാജാവ് ഭക്ഷ്യ ദാനം നല്കിപ്പോന്നിരുന്നു. മഹാഭാരതത്തെ ഉദ്ധരിച്ച് 'വോൾഗ മുതൽ ഗംഗവരെ' എന്ന ചരിത്ര ആഖ്യായികയിൽ ഇതു രേഖപ്പെടുത്തിയിട്ടുണ്ട്.
2. കൈക്കൂലി

പുതുജീവൻ തേടി
അന്യ ഗ്രഹങ്ങളിൽ
അലയുന്നു!
പുതു ദുരന്തത്തിനും
പുതുമതേടി
പ്രകൃതി
ആർത്തു ചിരിക്കുന്നു

<u>വാൽക്കഷണം</u>

മണ്ണും, പെണ്ണും,
മതവും, അധികാരവും
എല്ലിൻ കൂമ്പാരങ്ങളുടെ
(യുദ്ധങ്ങളുടെ)
സ്രഷ്ടാവ്

അസ്തമയം

വലിയ ചിത്രകാരൻ
ചിത്രമെഴുതുന്നു
അളവറിയാത്ത
ക്യാൻവാസിൽ
ചിലപ്പോൾ
ബറാബസ്
ചിലപ്പോൾ
സോക്രട്ടീസ്
ഗാന്ധി ..
കണ്ണുചൂഴ്ന്നെടുത്ത്
മറയ്ക്കപ്പെട്ട സത്യം
വായ്മൂടിക്കെട്ടി
പേടിച്ചിരിപ്പാണ്
ആലയിൽ
ഊതിക്കാച്ചി
കൊടിലിൽ
പിടയുന്ന തെയ്യം
ഒറ്റക്കണ്ണൻ തെയ്യം
നാക്കുനീട്ടി
ചോരവാർന്ന്
ദാഹിച്ച് .
ഒരു പകലിന്റെ
മുഴുചൂടും

അഴുക്കും കളഞ്ഞ്
തെറ്റിന്റെ
ശരിതീർക്കുന്നവരോട്
ഒറ്റയാൾപ്പട നയിക്കാൻ
പുറപ്പാടാണ്!
ഇപ്പോൾ പശ്ചാത്തലം
റോറിച്ചിൽനിന്ന്
വാൻഗോഗിലേക്ക്
വാൻഗോഗിൽനിന്ന്
പിക്കാസോയിലേക്ക്
തീരവും, തിരയും
നീയും ഞാനുമിപ്പോൾ
ഒന്നാണ്.

നില്പ്

ചിറിയുടെ തിരശ്ശീല
പതുക്കെ നീക്കി
ചിരി വിടർന്നു
പുഞ്ചിരിയും, ചിരിയും
അട്ടഹാസവുമായ് .
ചിറി അഭിനയിച്ചരങ്ങ്
തകർക്കുന്നു.
തിരശ്ശീലയ്ക്ക് പിറകിൽ
സാലഭഞ്ജികപോൽ
ദന്തനിര
ഭാവങ്ങൾ അറിയാതെ,
നാട്യങ്ങൾ അറിയാതെ,
ഒരേ നില്പാണ്!
ചിലരെപ്പോലെ

മണവാട്ടി

നേരം പുലരണം ഒന്നരയടിക്കണം
നേരം പുലരാനിനിയെത്ര കഴിയണം
പാതിരാപ്പൂവനുറക്കമുണരണം
പാഴായി പോകാതെ പുലരിയുണരണം

ഇന്നലത്തെ കെട്ടുവിടാനൊന്നടിക്കണം
നട്ടെല്ലുയർത്തി നാലക്ഷരം പറയണം
കവലയിൽ മുട്ടിയിൽ കേറിയിരിക്കണം
കണ്ടവരോടെക്കെയും തട്ടിക്കയറണം

മൂന്നാളെ കിട്ടിയാൽ മുച്ചക്രം പിടിക്കണം
മൂന്നായ് പിരിയണം, മുട്ടിലിഴയണം
ഒന്നര ഗുണിതങ്ങൾ കൂട്ടിക്കഴിക്കണം
ഒന്നിച്ച് നിന്നിട്ട് ഭള്ളൊന്നു പറയണം

ഓടയിൽ വീണിട്ട് ശീർഷാസനം ചെയ്യണം
മതിലുകൾ, പോസ്റ്റുകൾ വീഴാതെ നിർത്തണം
നാലാളെ കണ്ടാൽ നാവിട്ടടിക്കണം
രണ്ടെണ്ണം കിട്ടിയാൽ വായ്പൊത്തി നില്ക്കണം

പഴയ പാട്ടിന്റെ വരിയൊന്നു മൂളണം
പതിവുകാരോടൊത്തു പതംപാടണം
വഴി നീളെ നാണിച്ച് മണവാട്ടിയാകണം
വഴിയോരക്കാഴ്ചയ്ക്ക് ചിത്രം കൊടുക്കണം.

സത്യത്തെ തിരയുന്നു

കുഴിച്ച് കുഴിച്ച് കുഴിയാന
മണ്ണിലൊളിച്ച
സത്യത്തെ തേടുന്നു
കൊത്തിക്കൊത്തി മരംകൊത്തി
പൊത്തിലൊളിച്ച സത്യത്തെ തിരയുന്നു
പാടിപ്പാടി പൂങ്കുയിൽ
പ്രപഞ്ചത്തിലൊളിച്ച
സത്യത്തെ വിളിക്കുന്നു
ഒഴുകി ഒഴുകി പുഴ
സരത്തിൽ ലയിച്ച
സത്യത്തെ തിരയുന്നു
തല പൂഴ്ത്തി പൂഴ്ത്തി
ഒട്ടകപ്പക്ഷി
ഭൂമിയിലൊളിച്ച
സത്യത്തെ തിരയുന്നു
ആടി ആടി ആൺമയിൽ
കാർമേഘത്തിൽ ലയിച്ച
ആർദ്ര സത്യത്തെ വിളിക്കുന്നു.

മായുന്ന കാഴ്ചകൾ

നാടുണർത്തുന്ന
കിളിപ്പാട്ട് കേട്ടുവോ
ഞാറ്റുപാട്ടിൻ കഥകൾ
കഥയായി മാറിയോ
പാടവരമ്പിന്റെ
ഒറ്റയടിപ്പാതയിൽ
കറ്റയേന്തി നടക്കുന്ന
പെണ്ണിന്റെ ചിത്രവും,
പച്ചപ്പട്ടുടുത്ത
പുഞ്ചപ്പാടത്ത്
വയൽത്തിരയൊഴുകുമ്പോൾ
അക്കരെ
തൂവെള്ള കൊക്കുകൾ
പറന്നുയരുന്ന
കാഴ്ചയും
ചുവരിൽ ഞാറ്റിയ
ഏതോ കലണ്ടറിൽ
ഒതുങ്ങിയോ?
കൊയ്ത്തു കഴിഞ്ഞ
പാടത്തരിമണി
കൊത്താനെത്തും
പക്ഷിക്കൂട്ടങ്ങളും
ഞാറ്റു പീപ്പിയുണ്ടാക്കാൻ

ഓടിയെത്തുന്ന
കുട്ടി കൂട്ടങ്ങളും
ഇന്നിന്റെ കോൺക്രീറ്റ്
സൗധങ്ങൾക്ക്
വഴിമാറിയോ?
'വില്പനയ്ക്ക്'
പരസ്യപ്പലകകളിൽ
ഇടം പിടിക്കുന്നുവോ?

പുനർജ്ജന്മം

എനിക്കു വേണമൊരു
പുനർജ്ജന്മം
മരിച്ചു നിശ്ചലനാകും മുമ്പ്
പൊഴിക്കണം പടം
അറിഞ്ഞുകൊണ്ടാവർത്തിച്ച
തെറ്റുകളോട്,
പാലിക്കാൻ കഴിയാത്ത
വാക്കുകളോട്,
താലോലിച്ച
നിറങ്ങളോട്,
പതഞ്ഞു പൊന്തും
കോപത്തോട്,
ഒളിപ്പിച്ചു വച്ച ചതിയോട്,
നിന്നെ താഴ്ത്തി കെട്ടി
ഞാൻ നേടിയ
പദവിയോട്,
നിനക്ക് നോവാൻ
ഞാൻ കൂർപ്പിച്ച
മൊഴിയമ്പുകളോട്,
പറയണം വിട
എനിക്ക് വേണമൊരു
പുനർജ്ജന്മം
മരിച്ച് തണുക്കും മുമ്പ്

നിനക്ക് മാറ്റം നിന്നിലെ
ചെകുത്താനെയും
ദൈവത്തെയും
നിന്റെ മുന്നിലുണ്ട്
ഗംഗ
പാപശുദ്ധിക്ക്.

ഒഴുക്ക്

കാരിരുമ്പിൻ
കരുത്തുമായി
കാളിയനെപ്പോൽ
ഫണവുമായി
ഈ തുരുത്തിന്റെ
പ്രിയനായിരുന്നത്രെ
കുട്ടികളച്ഛൻ
തൊട്ടടുത്ത നാൾവരെ
കോട്ട ചന്തയ്ക്കു
പോയ്‌വരുമ്പോൾ
മൂന്നു നാൾ
പട്ടിണിയില്ലേയില്ല
നാട്ടുപണിക്കും
മിടുമിടുക്കൻ
മൂക്കത്തു കൈവച്ചയമ്മ
ഓർത്തു
പെട്ടുപോയ്
ഇത്തിരി കള്ളുമോന്തി
ആദ്യമായ് ചൊന്നതും
ഓർമ്മയുണ്ട്,
കിട്ടിയതൊക്കെയും
തച്ചുടയ്ക്കും
തന്നെത്താൻ
ശപിച്ച് തളർന്നുറങ്ങും
ആഴ്ചകൾ, മാസങ്ങൾ
കടന്നുപോയി
ഇത്തിരിക്കള്ളിന്റെ

കഥയുമില്ല
സ്നേഹത്തോടൊരു
വാക്കുപോലുമില്ല,
കുട്ടികൾക്കായി
കൈയിൽ പൊതിയുമില്ല!
കഞ്ഞിക്കരിമണി
ബാക്കിയില്ല
കപ്പയും ഉപ്പും വരെ
തീർന്നു പോയി
കെട്ടുപ്രായത്തോടടുത്തു
പിള്ളേർ
ഒട്ടുണ്ടോ, ചിന്തയെന്നവർ
കയർത്തു തേങ്ങും
ഇന്നലെ കുട്ടികൾ
പട്ടിണിയാ
നാളെ പുലരുമ്പോൾ
എന്തുചെയ്യും
നാളേക്ക് കുട്ടികൾ തൻ
കാൽതളരും
ഈ അമ്മതൻ
നിസ്വനം ആരു കേൾക്കും
ഇന്നിന്റെ പുലരിക്ക്
പുതുമയില്ല
കുയിൽ പാട്ടിനുപോലും
ഈണമില്ല
പുഴക്കരെ വള്ളമില്ല
മക്കളും അമ്മയും
മുഖത്തോട് മുഖം
നോക്കിനിന്നു.
അയൽപക്കത്തൊക്കെയും
ചെന്നുനോക്കി
ചന്തവരെയും
പോയി നോക്കി
കണ്ടവരില്ലെന്ന്
പറഞ്ഞൊഴിഞ്ഞു
വസന്തവും, ഗ്രീഷ്മവും
കടന്നുപോയി
ജീവിച്ചിരിപ്പുണ്ട്
കുട്ടികളച്ഛൻ
ഒത്തിരി വടക്ക് വടക്കാണ്
മൂപ്പർക്ക് വീടും കുടീംണ്ട്
വാർത്തയും കേട്ടു
വിലാപവും കേട്ടു
പുഴ
വീണ്ടും ഒഴുകി.

രണ്ടു തിരകൾ

1

വ്യാഘ്ര ശൗര്യത്തോടെ
വാ പിളർന്ന്
തീരത്തെ വിഴുങ്ങാനെത്തും
രാക്ഷസത്തിരമാല

2

സാന്ത്വനത്തിന്റെ
തൂവൽസ്പർശം പോൽ
തിരികെ തിരയുന്ന
തിരയ്ക്കെത്ര
സൗമ്യത
തരളമാം ഹൃദയവീണയെ
തഴുകി തലോടുന്ന
മൃദുല സ്നേഹ സ്പർശം.

പഴമ

മിഴി നട്ടിരുന്നു ഞാൻ
പകലിൻ മടിയിലെ
കവിതകൾ മേയുമീ
ഇടവഴിയോരത്ത്
വരുമെന്ന് ചൊല്ലി
പിരിഞ്ഞൊരു തെന്നലിൻ
ഒരു ഗോപ്യം കേട്ടു ഞാൻ
കാതോർത്തു നില്ക്കവെ!
തൊടിയിലെ തേന്മാവിൻ
ചുവട്ടിലേക്കോടിയി-
ട്ടൊരു, മാമ്പഴത്തിന്
കലഹിച്ച ബാല്യമേ,
തിരികെ വരാത്തൊരു
പോയേതോ കാലത്തിന്റെ
പിറകെ നടന്നു ഞാൻ
ഈ ഇടവഴികളിൽ
എത്രമേൽ നൈർമ്മല്യമേ
ഓർമ്മകൾ തൻ ഊഞ്ഞാലിൽ
ചാഞ്ചാടിയുറങ്ങുന്ന
ഹൃത്തൊരു പട്ടമായ്
പറന്ന് ഉയരുന്നു.

നന്മയാണെന്റെ മതവും ദൈവവും

പാതയോരത്താരോ
കളഞ്ഞിട്ട
പാഴ്വസ്തുപോലൊരു
വൃദ്ധൻ
കണ്ണീരിന്നാർദ്ര
നിമഗ്നമാം നോട്ടവും
കൈയിൽ മണ്ണുപറ്റാത്തൊരു
റൊട്ടിക്കഷ്ണവും
ഒരു നൂലിഴയാൽ
പോലും മറയ്ക്കാതെ
വിവസ്ത്രനായ്
ഞെട്ടറ്റു വീണു
കിടക്കുന്നൊരേകലൻ
കാഴ്ചയ്ക്ക് മങ്ങലില്ലാത്തവരെത്ര
കടന്നു പോയ്,
കണ്ടവരെത്ര പേർ
കണ്ടില്ലെന്നു നടിച്ചുപോയ്
തൊണ്ടവരളുന്നതെൻ
മനുഷ്യത്വമേ!
പിച്ച വയ്ക്കാനറിയാത്തൊരു ബാല്യത്തിൽ
കൊച്ചു കുഞ്ഞുങ്ങൾ
കൈനീട്ടും പോൽ
കൈകളുയർത്തുന്ന
വൃദ്ധനും,

ചിറകറ്റൊരു തൂവൽ
കണക്കെ തളർന്നൊരു
ദേഹത്തെ
വഴിയിലുപേക്ഷിച്ചതേതുകാലം,
ഏതു മന:സാക്ഷി,
മറ്റാരുമല്ല,
സ്വപുത്രനെന്നാരോ
മൊഴിയുന്നു!
ഒരു വട്ടം ഉപയോഗിച്ച് തെരുവിലെറിയുന്ന
പുതുശീലത്തിൻ
ഉല്പന്നം പോലെയോ?
ദൈന്യമാം ഈറൻമിഴി
തിരയുന്നതെന്ത്?
പറയുന്നതെന്ത്?
ഗണം തിരിക്കാൻ
ഒരു പേരോ, വസ്ത്രമോ
അടയാളങ്ങളോ, ഇല്ലാത്ത
'മനുഷ്യൻ' ഞാൻ
ആർക്കും എന്നെ സ്വീകരിക്കാം
നന്മയാണെന്റെ മതവും ദൈവവും.

ഭാരതാരാധനാലയം

ബാലായ്മ ശീലായ്മയില്ലാതെ
ഹിന്ദു-അഹിന്ദുപ്പലകയില്ലാതെ
ലിംഗ ഭേദങ്ങളും
മത-ജാതി ഭേദവും
മേലാള-കീഴാള ഭേദമില്ലാതെ
ബാങ്കുവിളികളും
പള്ളിമണിയും
മണികിലുക്കങ്ങളും
ഒന്നിച്ചുകൂടുന്ന
ഒരേയൊരാരാധനാലയം
ഭാരതാരാധനാലയം
ആര്യ ദ്രാവിഡ
സംസ്കാരങ്ങൾക്ക്
ആരതി ഉഴിയും
ആരാധനാലയം
വീണയും, സിത്താറും, മുളന്തണ്ടും
തോടിയും, മോഹനവും
രാഗ സമ്മേളനങ്ങളാൽ
അപൂർവ്വ സംഗമമാവുന്ന,
എല്ലാരുമൊന്നെന്ന
ചിന്തകളുറങ്ങുന്ന
ചന്ദ്രികയൊഴുകുന്ന
നടുത്തളങ്ങളും

മലയാളവും, മണിപ്പൂരിയും
കന്നടയും, കാശ്മീരിയും
ഏകസ്വരത്തിലാവുന്ന
ഭാരതാരാധനാലയം
പണിയണം
പുതിയൊരു
ഭാരതാരാധനാലയം
പണിയണം.

കൊതി

പീഠത്തിന്
മുട്ടിപ്പലക
മുന്നിൽ
കിണ്ണത്തിൽ
വെള്ളത്തിൽ
കമിഴ്ത്തിയ മൺകുടം
കൊതി ഉഴിയും
മുത്തശ്ശി
കത്തിച്ച തിരിയാൽ
മൂന്നുവട്ടം ഉഴിഞ്ഞ്
കുടം മെല്ലെ ഉയർത്തി
തിരിവച്ചു
വെള്ളമെല്ലാം
കിണ്ണം വലിച്ചെടുത്തു
കിണ്ണം വെളുത്തു
കൊതിയും പോയി
മുത്തശ്ശിചൊല്ലി
നല്ല കൊതീണ്ടാർന്നു.

വില്പനയ്ക്ക്

പുറത്തു പ്രദർശിപ്പിച്ച
പരസ്യ വാചകത്തിൽ
പുതുമയില്ല
പൊളിച്ച കെട്ടിടത്തിന്റെ
ഓട്, കല്ല്, കട്ട്ള
മുതലായവ
വില്പനയ്ക്ക്
വിലചോദിച്ചെത്തുന്നവരോട്
സ്വകാര്യത്തിൽ
പുറത്തെഴുതാത്ത
ചിലതുണ്ട്
വില്പനയ്ക്കല്ല
വസ്തുവിനൊപ്പം
ധനവും ലഭിക്കും
സ്നേഹാലയങ്ങളിലോ
വൃദ്ധസദനത്തിലോ മറ്റിടങ്ങളിലോ
വളർത്താം
മരിച്ചാൽ
മരണാനന്തര ചടങ്ങുകൾക്ക്
വേറെയും
വസ്തു ഇപ്പോൾ
തൊഴുത്തിലെ കട്ടിലിൽ
നാല്ക്കാലിക്കൊപ്പമാണ്
മറ്റാരുമല്ല
'അമ്മയാണ്'.

സരം

പുതുമഞ്ഞിൽ ചാലിച്ചെടുത്ത
പുലരിക്ക് കളഭം ചാർത്താൻ
ഭാനുകിരണം കളിക്കുന്നു
കുഞ്ഞുപൈതലിൻ കുറുമ്പുപോൽ
അരയിൽ കോടിയരമണി
നാവിലായിരം ഉറുമികൾ
കാൽ ചിലമ്പൂരിയ കണ്ണകി
ഇളകും സരീരംപോൽ സരം*
മദിച്ച കൊമ്പൻ രോഷംപോൽ
കുതിച്ചു ചാടും വനചരൻ
പിടിച്ചു നിർത്തുക സംസ്കൃതി
തണുത്തു തേങ്ങുക ജനത്തിനായ്
മേലെ പെരുമ്പറ മുഴങ്ങു-
മ്പോൾ, വെൺമേഘങ്ങൾ മറയുമ്പോൾ
താഴെ നെഞ്ചിൽ കൊള്ളിമിന്നുന്നു
സ്ഫടിക സ്വപ്നം ചിതറുന്നു
ഉറങ്ങാത്തതെന്തെന്ന് കുഞ്ഞ്
അമ്മയോട് കൊഞ്ചി ചോദിപ്പൂ
അറവുശാലയ്ക്ക് കൊണ്ടുപോം
അറവ് കാളയെപ്പോൽ നമ്മൾ
ഓർത്തു വയ്ക്കുക പ്രളയത്താൽ
ശവച്ചാകര നൃത്തമാടാം

---

* മുല്ലപ്പെരിയാർ ഡാം

വലവീശാതെടുത്തുകൊള്ളുക
ശവംതീനി കഴുകന്മാരെ
ദൈവങ്ങളെ കുടിയിരുത്തും
ദേവാലയങ്ങളും ഒലിച്ചുപോം
ദൈവങ്ങളെ വളർത്തുന്ന
വിശ്വാസികളും ലയിച്ചലിയും
ഒത്തുചേരാം മറ്റുള്ളോർക്കായ്
കൈകോർത്ത് നില്ക്കാം മാറ്റത്തിനായ്
പടുത്തുയർത്താം നവലോക
പുതുകോട്ട പണിതുയർത്താം.

ഇഷ്ടങ്ങൾ

ചിലരിപ്പോഴും
നരഭോജികളാണ്
ഹിഡുംബിയെപ്പോൽ
ഗർഭസ്ഥശിശുഹത്യ
ഇഷ്ടവിനോദം
ഇരട്ടത്തലകളും
വികലാംഗരും
കൂടുതൽ പെരുകണം
ചുടലക്കാട്ടിൽ തീ
അണയാതിരിക്കണം
തീക്കനലുകൾ വാരി
ധാരയായി വിതറണം
വിഷദ്രാവകം* വിറ്റ്
വീർക്കണം പത്തായങ്ങൾ.

---

* എൻഡോസൾഫാൻ

പുഴയും മഴയും

പുഴ മഴയോട്
പുഴയുടെ കുഞ്ഞ് മഴയെന്ന്
കൈവിട്ടകന്ന വികൃതി
തിരികെയെത്തുന്ന
ആനന്ദം
കരയും, മരവും നനയുമ്പോൾ
പുളകം കൊള്ളും പുഴ
മാതൃത്വത്തിൻ അപാരത!

നീല

പിക്കാസോയുടെ നീലയ്ക്ക്
വിഷാദച്ഛായ
നെരൂദയുടെ നീലയ്ക്ക്
പോരാളിയായ തൊഴിലാളികളും
പ്രണയ യൗവനവും
പൊന്മാൻ നീലയും
നീലാകാശവും
മനസ്സിൽ ചാരുത
നിറയ്ക്കും
നീലനിലാവ്.

വില്ക്കാനുള്ളത്

പൂഞ്ചോലയും പുഴയും
മലയോരങ്ങളും കാട്ടരുവിയും
കണ്ണാന്തളിയും, കുറിഞ്ഞിയും-
പൂക്കും കുന്നുകളും
ഭാഷയും, വേഷവും
സംസ്കാരവും, കലയും
മലയാണ്മയും.
കാതോർത്തിരിക്കുക
മിഴിപാർത്തിരിക്കുക
വിഴുപ്പുഭാണ്ഡം പേറും
ദല്ലാളക്കൂട്ടങ്ങൾ
നിഴലായുണ്ട്.

ഉൾപ്പുഴ

പുഴയ്ക്കടിയിലൂടെയൊഴുകും
പുഴയോട്
ഗോപ്യം മൊഴിയും പുഴ
വട്ടവഞ്ചിയും, വള്ളംകളിയും,
വഞ്ചിപ്പാട്ടും, കടത്തുകാരും
നിനക്കന്യമാണ്
പെറ്റുപെരുകും മത്സ്യങ്ങൾക്ക്
ഗർഭാശയമാകാത്ത
നിന്നിലെ മാതൃത്വത്തെ
തിരയുക
മണ്ണ് തീനികൾ കണ്ണുവെച്ചിട്ടുണ്ട്
നിന്റെ ഊഷ്മാവും,
ഉറക്കവും കെടുത്താൻ
അന്തർ നേത്രങ്ങളാൽ
നീ താപസിയായി
ഒഴുകിക്കൊണ്ടേയിരിക്കുക!

മുഖം

മൂക്കിനുതാഴെ
ബാർബറുടെ കല
ചിലത് സംസ്ഥാനങ്ങളുടെ മാപ്പ്
ചിലത് രാജ്യങ്ങളുടേതാകാം
ചില കീഴ്ചുണ്ടുകൾക്ക് താഴെ തടിപ്പ്
പുകയിലക്കൂട്ടിന്റെ ബാങ്ക്
കണ്ണുകൾ വിപണിയുടെ പുതുപരീക്ഷണശാലകൾ
അസ്തമയ സാഗരം.

അടുക്കള

ഉലക്കയും ഉരലും
യാത്രയായി
പുരാവസ്തു കേന്ദ്രത്തിലേക്ക്
അമ്മിയും കുഴയും
കൂടെപ്പോയി
പുരാവസ്തു കേന്ദ്രത്തിലേക്ക്
ഉറിയും, തിരുവടയും
ഭാരം താങ്ങി കുഴഞ്ഞുപോയ്
പുരാവസ്തു കേന്ദ്രത്തിലേക്ക്
പഴയകാല പ്രതാപങ്ങളോർത്തവർ
തമ്മിൽ കഥപറഞ്ഞിരിപ്പായി
അടുക്കളയുടെ വിതുമ്പൽ
യന്ത്ര മുഴക്കത്തിലലിഞ്ഞുപോയ്
കല്ലുപ്പ് ചോദിച്ചവനോട്
കടക്കാരൻ പല്ലെല്ല് കാട്ടിച്ചിരിച്ചു.

വെള്ളി മൂക്കുത്തി

കനത്ത ഗ്രീഷ്മത്തിൽ
കത്തും ഭൂമിപ്പെണ്ണേ
പണിതു വച്ചിട്ടുണ്ട്
മഞ്ഞുതുള്ളിയാൽ
തീർത്തൊരു
വെള്ളി മൂക്കുത്തി.

പ്രളയം

കൈകാലുകൾ ബന്ധിച്ച്
വായിൽ മണ്ണിട്ട്
നെഞ്ചിൽ ചവിട്ടി
മൃതമുറിവു തന്നിട്ടും,
മാലിന്യംകൊണ്ട്
മനം കലക്കീട്ടും,
പുഴയിൽനിന്ന്
വഴിയിലേക്ക് ഒഴുകിയതെന്നു
പുഴ.

മതം

മതമൊരു വ്രണം
പ്രമേഹരോഗിക്ക്
കൂട്ടിനെത്തിയ വ്രണംപോൽ
ചിലപ്പോൾ
ചലവും, ചോരയും ചീറ്റും
ചിലപ്പോൾ
ദുർഗ്ഗന്ധത്തിൻ
നീറ്റു ചൂള
സുഗന്ധത്തെ
സ്വപ്നം കാണാത്തതിൽ
മതമൊരു
വ്രണിത നോവ്.

അക്ഷരക്കുരുവി

അക്ഷരക്കുരുവികൾ
കൂടുകൂട്ടുന്നുണ്ട്
ഹൃത്തിലെ പൊത്തിൽ
മുട്ടയിട്ടടയിരുന്ന്
വിരിഞ്ഞ്
കൊത്തിപ്പറക്കുവാനെത്തുന്നുണ്ടെന്ന്
പുസ്തകത്താളിനോട്
അക്ഷരകുഞ്ഞുങ്ങൾ.

മുറം

അമ്മ
പുറം തട്ടി തലോടും
മടിയിൽ
കുഞ്ഞുങ്ങൾ
ഊയ്യലാടും.

അസഹിഷ്ണുത

അക്ഷരങ്ങൾ
പുസ്തകത്താളിൽനിന്നും
പുറത്തേക്ക് പുറപ്പാടായി
രക്തസാക്ഷിത്വം വരിച്ച
പിതൃ വേർപാടിൽ
മൗന അനുസ്മരണം
ഉറഞ്ഞുതുള്ളുന്ന
മത തെയ്യങ്ങൾ
നിശ്ശബ്ദ വിപ്ലവത്തിൽ*
പങ്കുചേർന്ന
വാക്കുകളെ, വാചകങ്ങളെ
അഗ്നിച്ചിറകു പുതപ്പിക്കാൻ
ക്ഷണിക്കുന്നുണ്ട്
അസഹിഷ്ണുത.

---

* നരേന്ദ്രധാബോൽക്കർ, ഗോവിന്ദ് പൻസാരെ, എം എം കൽബുർഗി, ഗൗരിലങ്കേഷ്

ശ്മശാനം

പൊതു ശ്മശാനമാണ്
ഭൂമി
മരിച്ച ദിവസങ്ങളുടെ
സംസ്കരിക്കാത്ത
ശരീര ഭാണ്ഡങ്ങളുടെ
പൊതു ശ്മശാനം
ഇന്നലെകളുടെ
കലണ്ടറിൽ
തൂങ്ങുന്നുണ്ട്
തടവറയിൽ അകപ്പെട്ടുപോയ
ദിനങ്ങളുടെ
ദീനരോദനം.

ശേഖരം

ഉള്ളിയുടെ
ഉള്ളാഴങ്ങളിലേക്ക്
ഊളിയിടണം
ശൂന്യതയിലെ
ശേഖരം
തിരഞ്ഞ്.

മഴവിൽവീട്

മഴവില്ലുകൾ ചേർത്തൊരു
വീട് പണിയണം
മഴമുകിൽ തുഞ്ചത്തൊരു
ഊഞ്ഞാലു കെട്ടണം
മനംനിറയെ നിറമുള്ള
സ്വപ്നങ്ങൾ വിതറണം
മഴയോടൊത്തൊരുമിച്ച്
മണ്ണായി തീരണം.

പുരുഷ വേനലും മഴപ്പെണ്ണും

കാർമേഘമാലയിലെത്തി
പുരുഷ വേനൽ
മേഘ പ്യൂപ്പയെ കണ്ടു
പെണ്ണു കാണാതെ
തീയതി മൂഹൂർത്തം
നിശ്ചയിക്കാതെ
വിവാഹമുറപ്പിച്ചു
പുനർജ്ജനിക്കൊരു
പഴുതു തേടി
മൃതിയടഞ്ഞ പുൽനാമ്പും
കണ്ണീരുപ്പു നീറ്റി വറ്റി
കഥയാകുന്ന പുഴയും
ചാഞ്ഞു ചെരിഞ്ഞ്
നാണക്കളമെഴുതുന്ന
മഴപ്പെണ്ണിനെ എതിരേറ്റു
പുരുഷ വേനലും
മഴപ്പെണ്ണും
വിവാഹിതരായി
ഏതോ കുട്ടി
പാടിക്കൊണ്ടോടി
വെയിലും മഴയും
കുറുക്കന്റമ്മര കല്യാണം.

സ്നേഹഭൂമി

ചാപിള്ള സൂപ്പാൽ
യയാതിയാകുന്നോർ [1]
ഭ്രൂണത്തെ സുരതം ചെയ്യാൻ
മിഴി പാർത്തിരിപ്പവർ [2]
ഒട്ടിയ അമ്മിഞ്ഞയിൽ
നിണപ്പാലൂട്ടുവോർ [3]
ദരിദ്ര മാംസപിണ്ഡത്തെ
കഴുകനു നേദിപ്പോർ [4]
വിടരാത്ത മൊട്ടുകൾക്ക്
ബലിപ്പുര കെട്ടുവോർ [5]
സത്യം വിളിച്ചോതിയോനെ
നാടുകടത്തുവോർ [6]
അസ്ഥിയിൽ എരിവു പുരട്ടി
സാന്ത്വനിപ്പിക്കുവോർ
എത്ര നിസ്ത്രപ,
നിസ്നേഹമീ ഭൂമി.

---

1. ചൈനയിലെ ചില റെസ്റ്റോറന്റുകളിൽ പൂർണ്ണ വളർച്ചയെത്താതെ മരിച്ച കുഞ്ഞുങ്ങളുടെ വിഭവങ്ങൾ ലഭ്യമാണ്.
2. 28 ദിവസം പ്രായമായ പെൺകുഞ്ഞിനെ പീഡിപ്പിക്കാൻ ശ്രമിച്ചവനോട്
3. സുഡാനിലെ ദാരിദ്ര്യം
4. കെവിൻ ക്വാർട്ടറുടെ ലോകപ്രശസ്ത ഫോട്ടോഗ്രാഫി (വിശന്നു തളർന്ന സുഡാൻ കുഞ്ഞും - കഴുകനും)
5. ഗൊരഖ്പൂർ ശിശുമരണങ്ങൾ
6. സ്നോഡൻ

നെല്ലിക്ക

ചവർപ്പുകൾ
ആദ്യമേറെ
നുണയണം
മധുരത്തിന്റെ
ജീവിത
വിജയത്തിലേക്കെത്താൻ.

ചിലന്തിവല

ചതിയുടെ
തുറന്ന പുസ്തകം നെയ്തത്
കൂടുകൂട്ടി പാർക്കാനല്ല
വിശപ്പിന്റെ ഭൂപടം തീർത്തത്
ഇരയെ താലോലിക്കാനുമല്ല.

വിത്തുകൾ

വിത്ത് തീനികൾ
കൊറിച്ചു* തുപ്പുന്നു
വറുത്ത വിത്തുകൾ
വിളർത്തു ചിരിക്കുന്നു
നാമ്പും, വളർച്ചയും
പൂവും, കായും
പല്ലുകൾക്കിടയിൽപ്പെട്ട
സ്വപ്നത്തിൽ
പൊട്ടിത്തകരുന്നു.

---

* അറബികൾ വറുത്ത വിവിധതരം വിത്തു കൊറിക്കുന്നതിൽ വലിയ തല്പരരാണ്.

രുചിശില്പം

സാമ്പാറും, അവിയലും
തോരനും,
ഇന്ത്യനും, ചൈനീസും
ഭക്ഷ്യ വിഭവങ്ങളെല്ലാം
അരൂപിയായ
ശില്പങ്ങളാണ്
രസമുകുളങ്ങൾ
വിധികല്പിക്കുന്ന
പാചക ശില്പിയുടെ
രുചി ശില്പങ്ങൾ.

നിറങ്ങൾ

നിറങ്ങളിപ്പോൾ
വെറും നിറങ്ങളല്ലത്രെ
അവകാശികളുടെ
അടിമകൾ
പ്രതിഷേധ കറുപ്പ്
കളങ്കിത[1] കൊടിയാൽ
പങ്കിലം
ഇടയ്ക്കെപ്പൊഴോ
ചില നിറങ്ങൾ
കൂടിച്ചേർന്ന്
കറുപ്പാവുന്നുണ്ട്
വെളുപ്പ്[2]
പിറു പിറുക്കുന്നുണ്ട്
നിറമല്ലെങ്കിലും
കൂട്ടിച്ചേർത്താൽ
കിട്ടാത്തതാണെൻ
സ്വത്വമെന്ന്!!!

---

1. ഐ എസ് ഭീകരരുടെ കൊടി
2. വെളുപ്പും, കറുപ്പും നിറങ്ങളുടെ വിഭാഗത്തിൽപെടില്ല അഥവാ നിറങ്ങൾ അല്ല.

ചെഞ്ചിരി

പുലരിതൻ
ഗർഭംപേറി
പിരിയുന്ന
സന്ധ്യയ്ക്ക്
പരിഹാസ
പവിഴം കോർത്ത
പഞ്ചലോഹച്ചിരി.

അദ്ധ്വാനം

വിയർപ്പിന്റെ
ഉപ്പലിഞ്ഞു
ജലരേഖയായി
ഇന്നലെകളുടെ
രാപ്പകലുകളോടൊപ്പം.

പ്രപഞ്ചം

ഗ്രഹങ്ങളും
ഉപഗ്രഹങ്ങളും
സ്വയം ചുറ്റുന്നവയും
ചുറ്റപ്പെടുന്നവയും
ഗുരുത്വവും
വേലിയേറ്റവും
വേലിയിറക്കവുമുള്ള
ജീവിതമൊരു
പ്രപഞ്ചമാണ്.

മരണം

ബാല്യവും
കൗമാരവും
യൗവനവും
വാർദ്ധ്യക്യവും
ഇല്ലാത്ത
മരണമൊരു
വളർച്ച മുരടിച്ച
നിശ്ശബ്ദതയാണ്.

സമ്മാനം

വിലപിടിപ്പുള്ള
കോഹിന്നൂറിനേക്കാൾ
വിലയുള്ള സമ്മാനം
മനസ്സ് ഇഷ്ടപ്പെടുന്ന
വാക്ക്

വേഗോന്മേഷം

പച്ചക്കറി
ചന്തയുടെ
ഒറ്റശ്വാസം
നെടുവീർപ്പുകൾ
മറന്നുപോകുന്ന
നിശ്വാസം
അലസത
ഏതോ ഒഴിഞ്ഞ മൂലയിൽ
ഓടി ഒളിച്ചിരിപ്പാണ്
കായക്കറകൾ
കളംവരച്ച വസ്ത്രങ്ങൾ
ധരിച്ചവർക്ക്
ആവി പറക്കുന്ന
ചുടുചായയുടെ
വേഗോന്മേഷം.

നിണം

ചുടുനിണം*
ഒഴുകുമ്പോൾ
ചിരിതൂകി
നില്ക്കാനാവില്ല
ശിലയാലല്ല
എൻ സിരകൾ
പണിതത്.

---

* കൊടുങ്ങല്ലൂർ ബൈപ്പാസ് അപകടങ്ങൾ പതിവ് കാഴ്ചയാണ്. 30 പേർ മരണപ്പെട്ടിട്ടുണ്ട്.

മനസ്സ്

ശാന്ത സമുദ്രംപോൽ
ശാന്തമായൊഴുകിയും,
തിളച്ചുമറിയും-
ലാവയെപ്പോൽ
ചുട്ടുപൊള്ളിയും
മഞ്ഞുതുള്ളിപോൽ
ആർദ്രതയിലലിഞ്ഞും,
നിർവ്വചനത്തിന്റെ
എഴുതാപ്പുറങ്ങളിൽ
കൂടൊരുക്കുന്നുണ്ട്
മനസ്സ്.

വിശപ്പ്

തൊടിയിലെ
ചക്കരമാവിന്മേൽ
മാമ്പഴമായല്ലോ
നോക്കു അമ്മേ,
അങ്ങോട്ടു ചായുന്ന
ചില്ലയിലഞ്ചാറ്
മാങ്ങ പഴുത്തു
തുളുമ്പുന്നമ്മേ,
രണ്ടെണ്ണം പൊട്ടിച്ച്
തന്നീടുകിൽ
ചെഞ്ചുണ്ടാലമ്മയ്ക്കൊരുമ്മ
നല്കാം.
മറ്റുള്ളവയെല്ലാം
മാവിൽ നിന്നീടട്ടെ
അണ്ണാറക്കണ്ണനും
കാക്കയ്ക്കും, കുരുവിക്കും
തത്തക്കിളികൾക്കും
വിശക്കൂലേ!!!

മരുഭൂമി

മുറ്റത്ത്
ടൈൽ വിത്ത് പാകി
മണ്ണിന്റെ തൊണ്ടയിൽ കുരുക്കിട്ട്
കവി പാടി
മുറ്റം പൂത്തു മുറ്റം പൂത്തു
ചില്ലയുടെ അസ്ഥിയിൽ
അക്ഷരം കോറി
പുസ്തകം തീർത്തിട്ട്
കവി പാടി
വാക്ക് പൂത്തു വാക്ക് പൂത്തു
പാടത്ത് സിമന്റ് കൂടും
പുഴയിൽ കളിക്കോട്ടകളും
കെട്ടി കാലം പാടി
മരുഭൂമി മരുഭൂമി.

മനുഷ്യൻ

ഒന്നും കൊണ്ടുവന്നിരുന്നില്ല
ഒന്നും കൊണ്ടുപോകുന്നില്ല
എന്നിട്ടും!
നഷ്ടങ്ങളെയോർത്താണ്
വിലാപങ്ങളത്രയും!

കവിതപ്പൂവ്

നീ പൂത്തുലഞ്ഞ മരമാവുക
ഇലയോട് മത്സരിച്ച്
കവിതപ്പൂക്കൾ വിരിയിക്കുക
ഗന്ധത്തിൻ നിറം ചോദിച്ചെത്തുന്ന
കാറ്റിന്റെ ചെവിയിൽ മൂളുക
നിറങ്ങളുടെ ഭാരം ഞാനൊന്ന്
അളന്ന് കഴിഞ്ഞോട്ടെ എന്ന്
ഇനിയും പറയാത്ത
മധുര നോവിന്റെ
ശില്പത്തെക്കുറിച്ചു
ഗീതകം രചിക്കുക.

9 789387 842410

Printed by Libri Plureos GmbH in Hamburg, Germany